Sathvikam

സാത്വികം

Rony Kattukaran Antony, born in Thrissur, Kerala, is a poet, educator, and sustainability advocate. With a background in Botany and Sociology, he left the Kerala State Agricultural Department to pursue a career in education. Now based in Taiwan, Rony serves as the President of Taiwan-Kerala Association (TaiKe), bridging cultural ties between Taiwan and Kerala. As an SDG Ambassador and Climate Action Schools champion, he actively promotes environmental education. Known for his global advocacy, including speaking at Helsinki Education Week 2023, Rony's poetry explores resilience, human connection, and the pursuit of a sustainable future.

Email:rkaronnie@gmail.com

ഷാജു ഫ്രാൻസിസ്

തൃശ്ശൂർ ജില്ലയിലെ മുണ്ടത്തിക്കോട് എന്ന ഗ്രാമത്തിൽ ജനിച്ചു. തൃശൂർ സെന്റ് തോമസ് കോളേജ്, ബാംഗ്ലൂർ അൽ അമീൻ കോളേജ് എന്നിവിടങ്ങളിൽ പഠനം.

വിവിധ സർക്കാർ ശാസ്ത്ര സാങ്കേതിക പ്രൊജക്കുകളിൽ ജോലി നോക്കി. സർക്കാർ പൊതുമേഖല സ്ഥാപനത്തിലെ സ്ഥിരം ജോലി ഉപേക്ഷിച്ച്, അയർലണ്ടിലേക്കും അവിടെനിന്ന് ഓസ്ട്രേലിയയിലേക്കും കുടിയേറി. ഇപ്പോൾ പെർത്തിലെ ഒരു അന്താരാഷ്ട്ര എൻവയറോൺമെന്റൽ ടെസ്റ്റിംഗ് ലബോ റട്ടറിയിൽ ജോലി നോക്കുന്നു.

ഭാര്യ: മിനി.
മക്കൾ: ഐറീൻ, അമീഷ.
Email: shajukannanaikkal@gmail.com

Sathvikam

സാത്വികം

Rony Kattukaran Antony

Shaju Francis

ആത്മ ബുക്സ്, കോഴിക്കോട്
പുസ്തകലോകം, നൂർ കോംപ്ലക്സ്, അരയിടത്തുപാലം,
കോഴിക്കോട് - 673 004

Malayalam
Sathvikam
(Poems)
Authors: Rony Kattukaran Antony & Shaju Francis
Copyright: Authors

Layout: Sheeja M
Cover Design: Sreejith George
Illustrations: Ajoy Kumar & Rony

First Published: December 2024
ISBN: 978-93-48132-14-7

Pusthakalokam
Pusthakamal (Noor Complex)
Arayidathupalam, Kozhikode - 673 004
Phone:+918848663483
        +919496105082

Printed, Published by:

Pavanatma Publishers Pvt. Ltd.
Parayanchery, Kuthiravattam (P.O.)
Kozhikode - 673 016
Ph: +91 9746077500, +91 9746440800
E-mail: atmabooks@gmail.com
www.atmabooks.com

പ്രസാധകക്കുറിപ്പ്

പ്രവാസികൾക്ക് സാഹിത്യസംബന്ധിയായ ഇടങ്ങളും ഇട പെടലുകളും താരതമ്യേന വിരളമാണ്. വീടിനും നാടിനും വേണ്ടി ദേശദേശാന്തരങ്ങൾക്കപ്പുറം എല്ലാം മറന്ന് തൊഴിലും അവസര ങ്ങളും തേടിയെത്തിയവരാണ് പ്രവാസികൾ. അത്തരത്തിലെത്ത പ്പെട്ട സഹൃദയരായ റോണി കാട്ടുക്കാരൻ ആന്റണി, ഷാജു ഫ്രാൻസിസ് എന്നിവരുടെ കുത്തിക്കുറിക്കലുകൾ ഇംഗ്ലീഷിലും മലയാളത്തിലുമായി 'സാത്വികം' എന്നപേരിൽ അച്ചടിമഷി പുരളു കയാണ്.

2019 ഡിസംബറിൽ കോഴിക്കോട് വെച്ച് എഴുത്തുകാരൻ സുഭാഷ് ചന്ദ്രൻ പ്രകാശനംചെയ്ത പുസ്തകലോകത്തിന്റെ ആദ്യ നാല് പുസ്തകങ്ങളിലൊന്നായ 'രൂപകം' എന്ന കൃതി മുതൽ ഞങ്ങളുടെ വളർച്ചയിൽ നാളിതുവരെ ഒപ്പം നടക്കുന്ന ഷാജു ഫ്രാൻസിസിന്റെ ഈ ഉദ്യമത്തെയും ഏറെ സന്തോഷ ത്തോടെയാണ് വായനക്കാർക്കു മുന്നിലേക്ക് സമർപ്പിക്കുന്നത്.

സഹൃദയർ സ്വീകരിക്കുമെന്ന പ്രതീക്ഷയോടെ,

നൗഷാദ് കൊല്ലം
പുസ്തകലോകം

Preface

This collection of poems is a reflection of the thoughts and feelings that emerged during my college days—a period of discovery, introspection, and growth. College was not just a place of academic learning but a transformative journey, where I began to truly understand myself and the world around me. These poems are the echoes of that journey, filled with moments of joy, confusion, longing, and the quiet beauty of everyday life. They are snapshots of a time when I was learning not only from lectures and books but from friendships, heartbreaks, fleeting encounters, and the vastness of my own thoughts.

These poems are not polished or perfect, but that is precisely what makes them honest. Each one captures a fragment of a moment, a glimpse into the thoughts that occupied my mind during those formative years. In their imperfection, they hold the raw and genuine essence of who I was and who I was becoming. They are a testament to the simple act of putting pen to paper, not necessarily to create something refined, but to make sense of what I was feeling. Some of these verses are reflections on identity, some are inspired by the people who surrounded me, and others are the result of observing the world in all its wonder and complexity from my own perspective.

My hope is that, as you read through these pieces, you may find something that resonates with your own experiences. Perhaps they will inspire you to pause and think, to take a closer look at the nuances of your own journey, or to find comfort in the universality of these emotions. Poetry has the ability to connect us in unexpected ways, and it is my sincere wish that these poems help create that connection, even if only for a fleeting moment.

Thank you for taking the time to engage with these words. Your presence as a reader is invaluable—it breathes new life into these poems, giving them purpose beyond the page. I look forward to sharing more creative works with you in the future, and I hope that this collection becomes a small part of your own journey of discovery and reflection.

Rony Kattukaran Antony

മുഖവുര

മറുമൊഴികൾ...

ഇത് നേരമ്പോക്കിന്റെ കുറിപ്പുകളാണ്,

ഈ കവിതകൾ മനസ്സിൽ സൃഷ്ടിച്ച കുഞ്ഞു കുഞ്ഞു കല്ലോളങ്ങൾ; അതിന്റെ അനുരണനങ്ങളായി തോന്നിയ, ചിതറിയ ചിന്തകളുടെ കുറിപ്പുകൾ.

ഈ കുറിപ്പുകൾ കവിതകളോട് യോജിക്കുകയോ, വിയോജിക്കുകയോ ചെയ്യുന്നില്ല.

എന്തിന്, വാക്കുകളോടും, വരികളോടും നീതി പുലർത്തുന്നുപോലുമില്ല!

അടുക്കും ചിട്ടയും ഇല്ലാത്ത വെറും നേരമ്പോക്കിന്റെ കുറിപ്പുകൾ.

എനിക്ക്, എന്റെ വാക്കുകളുടെയും, വരികളുടെയും പരിമിതികൾ അറിയാൻ തുടങ്ങിയ ഒരിടം.

ഇതിൽ വിവർത്തനം തേടേണ്ടതില്ല, പോഷണവും. എഴുതാപ്പുറങ്ങൾ തേടുന്നത് ഒരുപക്ഷേ കാണാൻ കഴിയും.

ആത്മാവിൽ അസംതൃപ്തരായവർക്ക് ഒരുപക്ഷേ ആത്മവഞ്ചനയുടെ വരികൾ ദർശിക്കാൻ സാധിച്ചേക്കാം...

ഷാജു ഫ്രാൻസിസ്

One Poet's Vocation

I've known Rony Antony since around 2008, when I began teaching at a high school in Taiwan where he'd already been for a few years. Right away, I noticed how open students were with him, often seeking him out just to say hello or to share their deepest concerns, things they wouldn't share with anyone else. Rony met them where they were, walking students to class or sitting with them at the bus stop, carrying a genuine understanding of each student's well-being.

His empathy extended beyond students; Rony quickly built kind, sympathetic connections with fellow teachers, administrators, and everyone he worked with.

To call him a good listener is a bare beginning at naming the phenomenon I'm describing here. I believe that at some point in Rony's life something happened – probably something hard and painful – to break him open so that he can listen, really listen, with his heart, mind, and guts, to the people, to the events, to the flow of life around him. And also (this is what we'll hear the most of in this volume) to the speech and music of his own heart.

This ability to listen is what makes Rony a poet and it's why I recommend his poetry to you, dear reader. On the pages that follow, he's taken on the task both of telling us what he's heard, and of helping us to unstop our ears a little so that we might listen better too.

As you read these poems, open your mind's ear to their musicality (of course, that's general advice for reading any poetry) but also open yourself up to their hearty human earnestness. Rhetoric, allusion, the left-unsaid, that's all here, but the real thrust of these poems is to bring the reader to an encounter with their own living breathing soul. I mean:

> here I am comrade
>
> with a dream sweeter than honey
>
> that is fastened to you
>
> to your fortune
>
> to your anguish
>
> I love to get rid of pride solitude and wildness
>
> take my stand on solid ground
>
> To maintain the shelter of human obligations.
>
> - from Just Me and My Poetry

If you're a poet or an artist or any kind of creator and you haven't lived something like this, well, you will.

Do yourself a favor and give these poems a listen. As they resonate through you, you might catch an echo of something forgotten in your depths, a few notes of music from a dusky land within. It's poets like Antony that remind us to take the time and space to be quiet and listen for these distant strains.

-Hutch Mathers

Omaha, Nebraska, USA

ആത്മാവബോധത്തിന്റെ കവിതകൾ

മനുഷ്യചോദനകളുടെ സത്യസന്ധമായ ഭാഷയിലെഴുതപ്പെട്ട കവിതകളാണ് സുഹൃത്ത് ഷാജു ഫ്രാൻസിസിന്റെ 'സാത്വികം'. ആഗ്രഹങ്ങൾക്കും അതിജീവന ചിന്തകൾക്കും മീതെ ഓരോ അണുവിലും ആഴ്ന്നിറങ്ങുന്ന വാക്കുകൾ.

പ്രപഞ്ചമയാളെ വിസ്മയിപ്പിക്കുന്നു, സ്വാതന്ത്ര്യമയാളെ പ്രലോഭിപ്പിക്കുന്നു, ജീവിതത്തിനപ്പുറം മറ്റൊരു ലോകം അയാൾ സ്വപ്നം കാണുന്നു. നിശബ്ദതയാണയാളുടെ ദൗർബല്യം.

സാത്വികത്തെ എഴുത്തുകാരൻ സ്വയം വിശേഷിപ്പിക്കുന്നത് 'നേരമ്പോക്കിന്റെ കുറിപ്പുകൾ', എന്നാണെങ്കിലും യഥാർത്ഥ ത്തിൽ ഇവ ജീവിതത്തെ അതിന്റെ എല്ലാ കോണുകളിൽനിന്നും വ്യക്തതയോടെ നോക്കിക്കാണുകയും, അനുഭവങ്ങളെയും ആശയങ്ങളെയും വളരെ അർത്ഥവത്തായി അവതരിപ്പിക്കുകയും ചെയ്യുന്നുണ്ട്.

ഭാവന, പ്രണയം, സ്വാതന്ത്ര്യം, നിരാശ, ആത്മാവബോധം, ശൂന്യത, മരണം, ജീവിതത്തിന്റെ പരിമിതികൾ, പ്രതീക്ഷകൾ എന്നിങ്ങനെ വ്യക്തിയുടെ ആന്തരികഭൂമികയിലൂടെ അവ ബഹു ദൂരം സഞ്ചരിക്കുന്നു. അങ്ങനെ പുതിയൊരു ദേശം തേടിയുള്ള യാത്രയാവുന്നു സാത്വികത്തിന്റെ വായന.

എല്ലാ മനുഷ്യരിലും സ്വതന്ത്രനാവാൻ ആഗ്രഹിക്കുന്ന ഒരു അപരനുണ്ട്. ആഗ്രഹങ്ങൾ സൂക്ഷിക്കുകയും, മത്സരത്തിൽ ഏർപ്പെടുകയും ചെയ്യുന്നിടത്തോളം, എപ്പോഴും അയാൾ ഭൗതിക ലോകവുമായി ബന്ധപ്പെട്ടിരിക്കുന്നു. ആത്മാവബോധത്തെ ക്കുറിച്ചറിയുന്ന കവി സമാധാനവും, സത്യവും, പ്രതീക്ഷകളും,

സ്വാതന്ത്ര്യവും മനുഷ്യന് ഒരുപോലെ ആവശ്യമാണെന്നും, എന്നാൽ അഹങ്കാരത്തെ വിട്ടുകൊടുക്കുമ്പോൾ മാത്രമേ അവ സമ്പൂർണ്ണമാവൂ എന്നും പറയുന്നു.

അഹം (ഭാവം) വെടിഞ്ഞാൽ സ്വാതന്ത്ര്യമായി / നിങ്ങൾ ക്കെന്തു തോന്നുന്നു.

അഹം മൃതമായപ്പോഴാണ് / സിദ്ധാർത്ഥൻ ബുദ്ധനായതത്രേ/ എന്റെ ബോധോദയം എന്നാണാവോ... (അനന്തത) എന്നു വിചാ രപ്പെടുന്ന കവിയിൽ ഒരു തത്വചിന്തകനെക്കൂടി ദർശിക്കാം.

സഹവർത്തിത്വത്തിന്റെ ഒരു ലോകം സ്വപ്നം കാണുവാൻ പ്രേരിപ്പിക്കുന്നു എഴുത്തുകാരൻ.

ഇനി നാം തുടങ്ങേണ്ടത് /സ്വയം തീർത്ത അതിർവരമ്പുകൾ ഭേദിച്ചുകൊണ്ടാണ്/ നടത്തേണ്ടത് മനസ്സുകൾ തേടിയുള്ള യാത്ര യാണ്/ പറയേണ്ടത് മാനവസ്നേഹത്തിന്റെ കഥകളാണ്. പ്രപഞ്ച ത്തിൽ ഏതിനേയും അടുപ്പിക്കുവാനും കീഴ്പ്പെടുത്തുവാനും സ്നേഹമെന്ന ആയുധത്തിനു മാത്രമേ കഴിയു. മറ്റൊരാളുടെ ഉള്ളുരുക്കങ്ങളെ തന്റേതായിക്കാണാൻ കഴിയുന്ന മാസ്മരികമായ ആ അനുഭൂതിയെ സൂക്ഷ്മമായി വീക്ഷിക്കുകയും അവതരിപ്പി ക്കുകയും ചെയ്യുന്നു.

സ്വന്തമാക്കുമ്പോൾ പ്രണയത്തിന്റെ ആത്മാവ് നഷ്ടപ്പെടുന്നു വെന്ന ചിന്ത മിക്ക കവിതകളിലും കാണാം. നാം പരസ്പരം/ വാചാലരാകാൻ തുടങ്ങിയപ്പോഴാണ്/ എല്ലാം അവസാനിച്ചത്. കവിയുടെ നോട്ടത്തിൽ നിശബ്ദതയാണ് പ്രണയത്തെ സുന്ദര മാക്കുന്നത്. അനശ്വരപ്രണയമെന്നതാവട്ടെ വലിയൊരു നുണ യാണ്.

കീറ്റ്സിന്റെ കവിതകളിലെ പക്ഷികളെപ്പോലെ ആകാശ വിസ്തൃതിയിൽ പറന്നുനടക്കുന്ന പ്രണയസങ്കല്പങ്ങൾ. അവളിൽനിന്നു മാത്രം ആഗ്രഹിക്കുന്ന പ്രണയം. എന്നാൽ ഒരുമി ച്ചതുകൊണ്ട് മാത്രം ഇല്ലാതായിപ്പോയ/ പോകുന്ന അനശ്വര പ്രണയം.

മനുഷ്യൻ കടന്നുപോന്ന ചരിത്രജീവിതത്തിന്റെ അലയൊലി കളും ഈ കവിതകളിലുണ്ട്. ഭാവനയുടെ മേമ്പൊടി ചേർത്ത

ചരിത്രപാഠങ്ങളല്ല, ഭൂതകാലത്തിന്റെ ശേഷിപ്പുകളിൽനിന്ന് യഥാർത്ഥ ചരിത്രം കണ്ടെത്താൻ നമുക്കാവട്ടെയെന്ന് കവി പ്രത്യാ ശിക്കുന്നു. ചരിത്രത്തെ കോപ്പിയടിക്കുന്ന ചില നായക വേഷങ്ങ ളുണ്ട്. അഭയം തേടുന്നവന്റെ മനസ്സറിയാതെ ഗുരുവായി സ്വയം അവരോധിക്കുന്നവർ.

ദാഹമകറ്റാൻ വിഷം കുടിക്കേണ്ടിവരുന്നവരോട്/ ഏത് ഗുരു വിനെക്കുറിച്ചാണ് ഉദ്ബോധിപ്പിക്കുക/ എന്നു കവി സംശയിക്കു ന്നത് അതുകൊണ്ടാണ്.

ഒരുവശത്ത് മനുഷ്യാവകാശത്തെക്കുറിച്ച് ചൂടേറിയ ചർച്ച കൾ. മറുവശത്ത് പീഡനത്തിന്റെയും, ചൂഷണത്തിന്റെയും ലോകം. ചുറ്റിലും വൈരുദ്ധ്യങ്ങളാവുമ്പോൾ രക്ഷകനായി ആരെയും കാക്കാനില്ല.

ചില രേഖകൾ ഭേദിക്കേണ്ടവയാണ്/ മാനിക്കേണ്ട രേഖക ളുമുണ്ട്/ തിരിച്ചറിവാണ് മുഖ്യം. മനുഷ്യരുടെ ചുറ്റുപാടുകളും അവരുടെ ചിന്തകളും നിയന്ത്രിക്കുന്ന അതിർത്തികളെയും ഭൗമ രേഖകളെയും കുറിച്ചുള്ള ആഴത്തിലുള്ള ചിന്തയാണിവിടെ. അവ യിൽ പലതും അടിമത്തത്തിന്റെ പ്രതീകങ്ങളായും, നിയന്ത്രണ ത്തിന്റെ അടയാളങ്ങളായും മാറുന്നുണ്ട്.

ഒരു സാധാരണ മനുഷ്യൻ എന്നനിലയിൽ തന്റെ പേരും വിലാസവും രാജ്യാതിർത്തികളും എപ്പോൾ വേണമെങ്കിലും കാലഹരണപ്പെട്ടേക്കാമെന്നയാൾ ചിന്തിക്കുന്നുണ്ട്, അപ്പോഴും അമ്മയുടെ വാത്സല്യത്തിന്റെ അലിവും, നഷ്ടപ്പെട്ട ഗ്രാമവും, രുചികളും, ഗന്ധവും പ്രിയപ്പെട്ടൊരാളും ഓർമ്മകളായി കൂടെയു ണ്ടാകുമെന്ന് ഷാജു ഫ്രാൻസിസ് പ്രത്യാശിക്കുന്നു.

പേരുപോലെ ആത്മബോധത്തിന്റെ തെളിച്ചവും ശാന്തതയും പ്രകടമാക്കുന്ന ഒരു പിടി കവിതകളാണ് സാത്വികം. അവ പര സ്പരസ്നേഹത്തിന്റെയും, സ്വാതന്ത്ര്യത്തിന്റെയും നന്മയുള്ള ചുട്ടുവെളിച്ചങ്ങൾ കൂടിയാവുന്നു.

രേഷ്മ അക്ഷരി

Sathvikam

ഉള്ളടക്കം

Whispers

Section 1: Whispers of Identity

1. My Bio-Data

Name – What's in a name, just call me – you.
Date of birth – Still I love my childhood.
Age – It remains my existence and my death.
Father's name – Frankly, ask my mother.
Religion – Reality is my religion.
Nationality– Still they are drawing lines through my home.
Language – I speak a lot in silence for those who suffer.
Qualification – How do I qualify to live as a human?
Address – Where should I go to belong as a human?
Signature – Do you really think I own one?
Place...
Date... Keeping those fields empty.

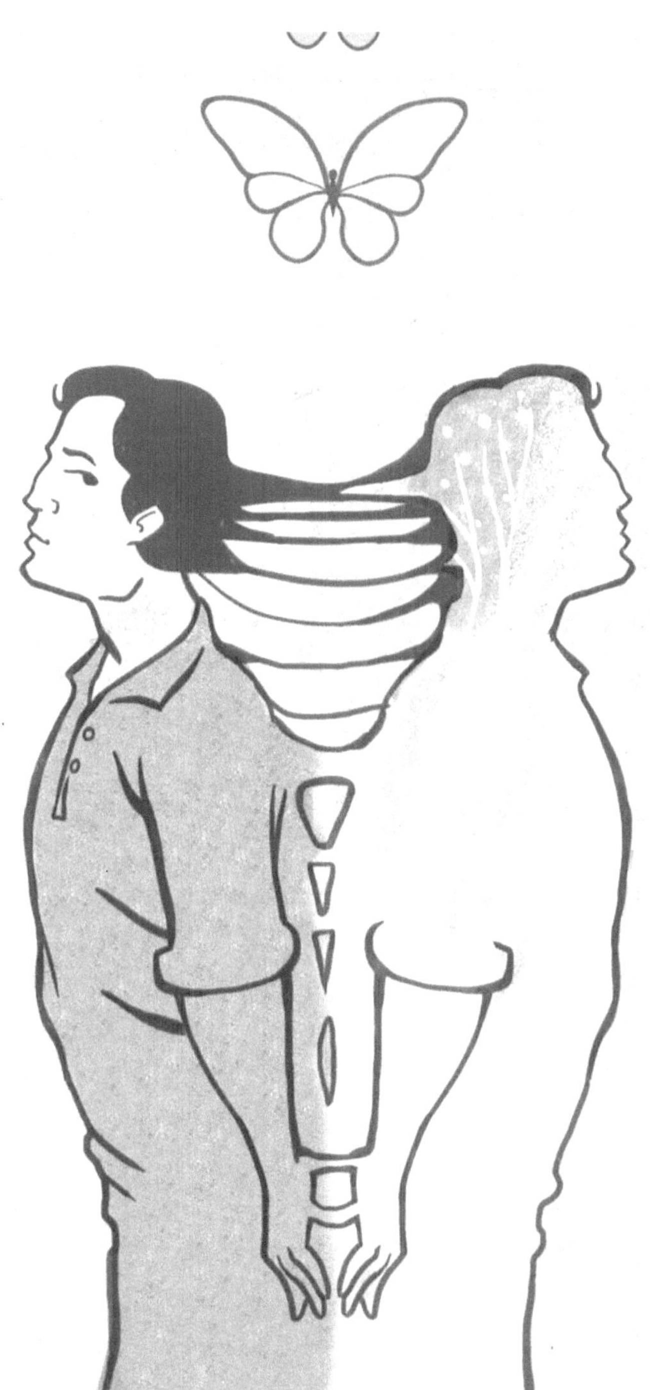

മറുമൊഴികൾ...

അസ്തിത്വം

പേരും,

വിലാസവും,

സമയവും,

കാലവും

തീയതിയും,

മതവും,

രാജ്യാതിർത്തികളും..

എല്ലാം

മനുഷ്യനിർമ്മിതമായ ചില സങ്കൽപ്പങ്ങളാണ്.

എപ്പോൾ വേണമെങ്കിലും മാറാവുന്നവ, മാറ്റാവുന്നവ.

നാം ഏറെ അഭിമാനിക്കുന്നവ!

നീർപ്പോളപോലെ എപ്പോൾ വേണമെങ്കിലും അപ്രത്യക്ഷമാകാ
വുന്നവ!

മാതൃത്വം മാത്രമാണ് യാഥാർത്ഥ്യവുമായി പൊരുത്തപ്പെട്ട്
നിൽക്കുന്നത്.

2. Just Me And My Poetry

Today-again,
here I am comrade
with a dream sweeter than honey
that is fastened to you
to your fortune
to your anguish
I love to get rid of pride, solitude and wildness
take my stand on common ground
To maintain the shelter of human obligations.
I know that I can bring out innocent joy.
My poetry is still a path through the rain
And I am defeated only in silence.
We know the truth about the paradise, I fear
But my friend,
the idea keeps the heart in good cheer.

എന്റെ കവിത

ഇന്ന് ഞാനൊരു കവിത എഴുതി!
ഇത് നിനക്കിഷ്ടപ്പെടും എന്നുറപ്പാണ്.
ഞാന്‍ താലോലിക്കുന്ന സ്വപ്നങ്ങള്‍ നിറഞ്ഞൊഴുകുന്ന കവിത.
തേനിനേക്കാള്‍ മധുവൂറും സ്വപ്നങ്ങളുമായി എന്‍ സഖി,
ഞാനിതാ വീണ്ടുംവരുന്നു.
നീ ഇതുകേള്‍ക്കൂ.
ഇത് നിന്നെ സന്തോഷിപ്പിക്കാതിരിക്കില്ല.
നിന്റെ നോവുകളിലും നിനവുകളിലും, ഇരവ് പകലുകളിലും,
നിന്നെ പുണരുമീ കവിത.
ഞാന്‍ നിനക്കായി നവ സൃഷ്ടിയായി മാറും.
സ്വയമുരുകി അഗ്നിശുദ്ധി വരുത്തും.
എന്നിലെ വന്യതയും, ഏകാന്തതയും, അഹവും ഉപേക്ഷിച്ച്;
നിനക്കായി,
നിനക്കു മാത്രമായി പച്ച മനുഷ്യനാകും.
കടമകള്‍ എല്ലാം യഥാവിധി നിര്‍വഹിക്കുന്ന അലസതയില്ലാത്ത
ഒരാള്‍
അതിനായി ഞാന്‍ ഏറെ കൊതിക്കുന്നു.
സ്നേഹരാഗം മീട്ടും ഒരു ആട്ടിടയനായി; വേണൂരാഗത്താല്‍
നിഷ്കളങ്കമായ ആഹ്ലാദം കോരിച്ചൊരിയുന്ന ഒരിടയന്‍
കോരിച്ചൊരിയുന്ന മഴയിലും നിനക്ക് ആശ്രയിക്കാവുന്ന ഒരു
പാതയാണ് എന്‍ കവിതകള്‍!
നിനക്കറിയാമല്ലോ നിശബ്ദത മാത്രമാണെന്‍ ദൗര്‍ബല്യം.
പറുദീസായെ കുറിച്ചുള്ള നിന്റെ ബോധ്യങ്ങളാണ്, എന്നെ ഏറെ
ആശങ്കപ്പെടുത്തുന്നത്.
എങ്കിലും സഖി നീയോര്‍ക്കുക, 'സങ്കല്‍പങ്ങളിലെ സ്വര്‍ഗ്ഗരാജ്യം
അനേകര്‍ക്കു ആഹ്ലാദകരമാണെന്ന കാര്യം'.

3. Dreaming About My Dreams

I am devoted to both of you..,
Idealism and realism..,
Why should you have a tongue in that mouth,
If there is no heart left in that rib cage?
Do not close my eyes,
even though I am dead.
I will still need them to learn
To look and understand my death and dreams.
I need my mouth
with my heart in my rib cage
To sing afterwards
when I do not exist

I know that it cannot be
but I wanted...,
I only love things that have dreams.
And I owned a garden of flowers
Which doesn't exists
Anymore.,
They used to pluck flowers
Different from my words and woes.
You may be my guest
when I do not exist.

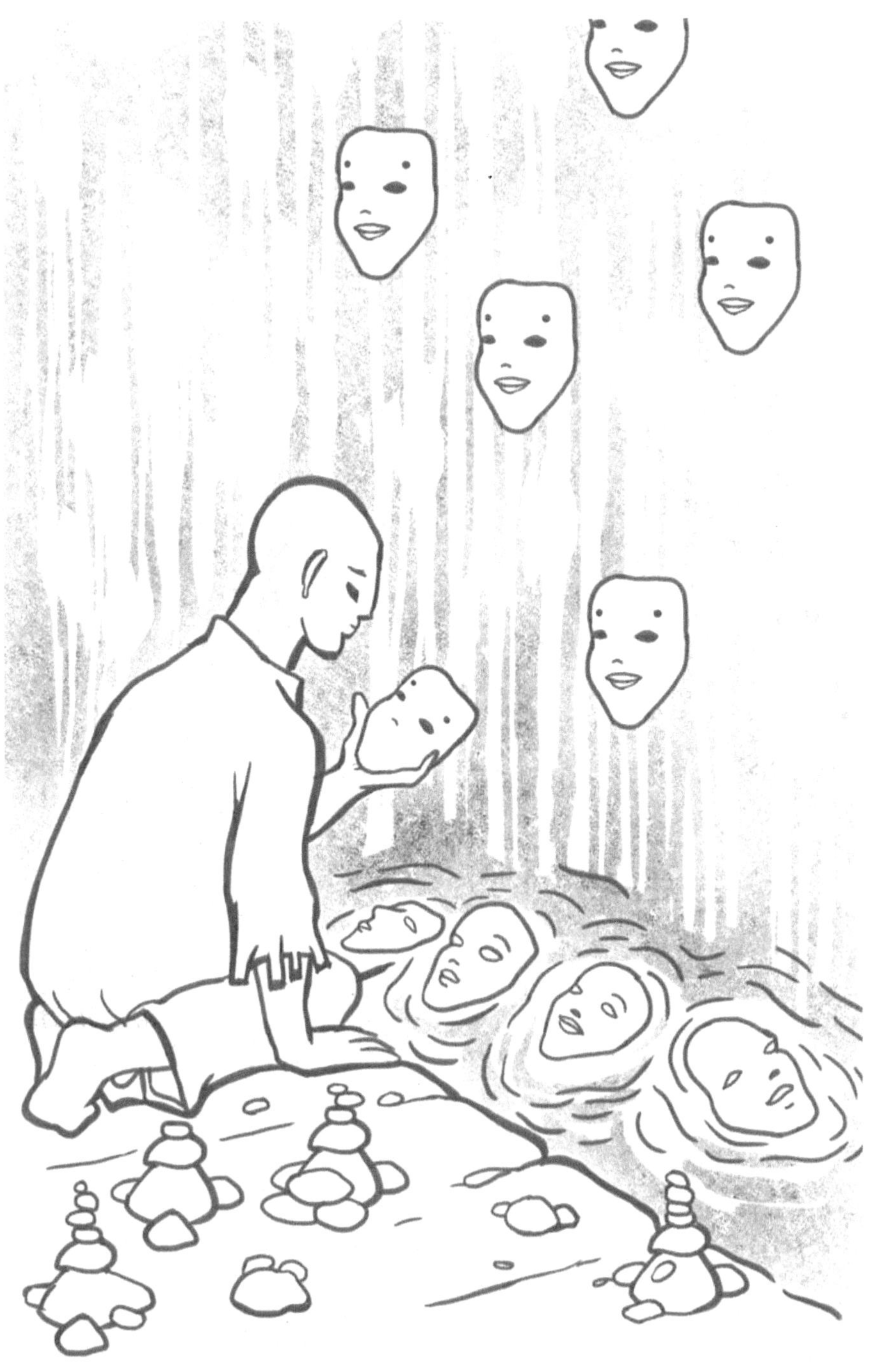

അന്ത്യയാത്രയ്ക്ക് മുമ്പായ്

ആഗ്രഹങ്ങളേറെയാണെൻ ജീവിതയാത്ര തീരുംമുമ്പേ.
അറിയാമതൊരിക്കലും നിറവേറുകില്ലെന്ന്.
എങ്കിലുമാഗ്രഹിക്കുകയാണു ഞാൻ.
ആഗ്രഹിക്കുന്നതിന് പരിമിതികൾ ഇല്ലല്ലോ!
അശക്തമാണെൻ ശരീരം മതിയാകുകയില്ലീ
ജീവിതവുമെന്നറിയാം.
തീരാത്ത ആഗ്രഹങ്ങളുമായി,
ഞാനേകനായി യാത്രയാകുമെന്നറിയാം.
കണ്ടുതീരാത്ത കാഴ്ചകളും,
കേട്ടുമതിയാകാത്ത ശബ്ദങ്ങളും,
പറഞ്ഞുതീരാത്ത വാക്കുകളും,
സ്നേഹിച്ചുതീരാത്ത മാനസങ്ങളും,
ചെയ്തുതീരാത്ത കർമ്മങ്ങളും,
പൂർത്തീകരിക്കാനാകാത്ത വിദ്യകളും,
എന്റെ സ്വപ്നങ്ങളും, ബാക്കിയാക്കി ഞാൻ മടങ്ങും.
ഭൗതികതയിൽ ഞാനില്ലാതെയാകുമ്പോൾ പ്രിയ സുഹൃത്തേ,
എന്റെ അതിഥിയായി താങ്കൾ വരിക!

4. If these walls could talk...

They never can write my words
nor my ideas on these walls.

They will try to color my dreams
but never can paint them on canvas.

They will understand my words
when these walls no longer exist
in words and dreams.

I wish and dream
if these walls could talk,
not about the way, nor the will,
but the simple truth—
as good as we are,
and as bad as we are.

I wish and dream
if these walls could hear
my vision of paradise.

മൂകസാക്ഷി

ചുമരുകൾക്ക് കാതുകൾ ഉണ്ടെന്ന് പറഞ്ഞുകേട്ടിട്ടുണ്ട്.

എന്നാൽ, ചുവരുകൾക്ക് നാവുകൾ ഉണ്ടായാലോ? അവർ പറയാൻ ആരംഭിച്ചാലോ? എന്തൊക്കെ ഞെട്ടിക്കുന്ന സത്യങ്ങൾ ആകും പുറത്തുവരിക!!

നാം മൂടിവെച്ചവ, സാക്ഷിമൊഴികൾ കൊണ്ട് ഇല്ലായ്മ ചെയ്തവ.

മാന്യതയുടെ മുഖപടങ്ങൾ പൊഴിയുന്നത് കാണാം. അവ പറ യുന്ന കഥകൾ വിശ്വസിക്കാൻ പോലും പറ്റാത്തത്ര അത്ഭുത മുളവാക്കുന്നവ ആയിരിക്കും.

ഒരുപക്ഷേ പല നിരപരാധികളും രക്ഷപ്പെടാനും ഇടയാകും.

എന്തായാലും അവക്ക് സംസാരിക്കാൻ ഇതുവരെ സാധിച്ചിട്ടില്ല. ഇനി കഴിയുമെന്നും തോന്നുന്നില്ല.

'If this walls could talk' എന്ന ഇംഗ്ലീഷ് മൂവിയിൽ അവകാശങ്ങളെ കുറിച്ച് പരാമർശിക്കുന്നുണ്ട്.

ചുവരുകൾ നൽകുന്ന സ്വകാര്യതയിലാണ് പലരും തന്നോട് തന്നെ സത്യസന്ധമായി പെരുമാറുന്നത്, തനിനിറം വെളിവാകു ന്നതും.

നമുക്ക് അവയെ ചിത്രം എഴുതാനുള്ള ക്യാൻവാസ് ആക്കാം. വേണമെങ്കിൽ നമുക്ക് നമ്മുടെ ആശയങ്ങളും, സ്വപ്നങ്ങളും അവയിൽ എഴുതിവക്കാം.

പക്ഷേ അതൊന്നും അവ സ്വയം പറയുന്നതല്ല;

പിന്നീട് നമുക്കത് തിരുത്തുവാനും, മായ്ച്ചുകളയാനും, വീണ്ടും മറ്റ് പലതും എഴുതിവയ്ക്കാനും ആകും.

അവയെ നിറങ്ങൾ കൊടുത്ത് ശോഭനമാക്കാം, ചെളി വാരിയെ റിഞ്ഞ് മോശമാക്കാം.

അംഗഭംഗം വരുത്താം, വികൃതമാക്കാം

എന്തിന്?

വേണമെങ്കിൽ നശിപ്പിച്ചുകളയാം.

പുതിയവ കെട്ടി ഉയർത്താം.

പക്ഷേ അതൊന്നും അവ സ്വയം സംസാരിക്കുന്നതിനോ, സ്വയം വെളിപ്പെടുത്തുന്നതിനോ തുല്യമാകില്ല.

പലതിനും മൂകസാക്ഷ്യം വഹിച്ച്, സ്മാരകങ്ങളായി നില നിൽക്കാനോ, നശിക്കാനോ വിധിക്കപ്പെട്ടവ.

ആശിക്കുന്നതിന് ഒന്നും തടസ്സമല്ലല്ലോ!!

അതിനാൽ ഞാനും ആശിക്കുകയാണ്.

ഈ ചുവരുകൾക്ക് സംസാരിക്കാൻ കഴിഞ്ഞെങ്കിൽ, അത് ആരു ടേയും മാർഗത്തെയോ, ലക്ഷ്യത്തെയോ, ആഗ്രഹങ്ങളെയോ കുറിച്ച് വെളിപ്പെടുത്തേണ്ടതില്ല.

ചെറിയ ചില സത്യങ്ങൾ മാത്രം വിളിച്ചുപറഞ്ഞെങ്കിൽ.

അല്ലെങ്കിൽ, എന്റെ മനോഹരമായ കാഴ്ചപ്പാടുകളെ കുറിച്ച് ഉദ്ഘോഷിച്ചിരുന്നെങ്കിൽ!

5. Shades of gray

In shadows cast by ancient seeds,
Forefathers' hands sow dreams and deeds.
Beneath their breeze, your hopes reside,
In quiet shade, where thoughts can hide.

But follow others' steps too long,
Your shadow fades, the light feels wrong.
It blends, fading away out of view.
Losing the essence that makes you true.

Without the dark, no colors bloom,
No rainbow shines in endless gloom.
Your shadow whispers, guides your way,
Through night and gray, toward brighter days.

In silent talks, it leads you far,
Where dreams are colored like a star.
Trust your shadow, walk alone,
And in its shade, you'll find your own.

പന്ഥാവുകൾ

നാളയെ കുറിച്ചുള്ള നമ്മുടെ സ്വപ്നങ്ങൾക്കും, പ്രതീക്ഷകൾക്കും ആത്മവിശ്വാസത്തിന്റെ ചിറകുമുളക്കുമ്പോഴാണ് സാക്ഷാത്കാ രത്തിലേക്ക് പറന്നടുക്കുന്നത്.

ഇന്നലകളിലെ നമ്മുടെ ജീവിതാനുഭവങ്ങളുടെ പ്രതിഫലനം, നമ്മുടെ പ്രവർത്തികളിൽ ദർശിക്കാൻ കഴിയും.

പൗരാണികർ പാകിയ വിത്തുകളുടെ തണലിൽ അഭയംതേടിയ വരാണ് നാം.

നോക്കൂ! അവർ എത്ര ഹൃദയവിശാലതയോടെയാണ് അവരുടെ സുന്ദരമായ സ്വപ്നങ്ങൾ വരുംതലമുറകൾക്കായി പങ്കുവെച്ചിരി ക്കുന്നത്.

കഷ്ടപ്പാടുകളുടെ പൊരിവെയിലിൽ ഉരുകിയൊലിച്ച്, അവർ വരും തലമുറകൾക്കായി സമ്പാദ്യങ്ങൾ കരുതിവെച്ചു.

മറ്റുള്ളവർ, തെളിച്ച പാതയിലൂടെ മാത്രമുള്ള സഞ്ചാരം; നീ, നിന്റെ സത്തയോടും സത്വത്തോടും ചെയ്യുന്ന നീതികേടാണ്.

ആൾക്കൂട്ടത്തിൽ ഒരാൾ ആവുക പ്രയാസമേറിയ സംഗതിയല്ല സ്വാഭാവികമായി സംഭവിക്കാവുന്ന ഒന്ന്.

ഇരുളില്ലെങ്കിൽ നിലാവിന് എന്ത് പ്രസക്തി?!

ബുദ്ധിമുട്ടേറിയ പാതകളാണ് നമ്മെ മനോഹരമായ ഭൂപ്രദേശങ്ങ ളിൽ എത്തിക്കുക എന്നത് എത്ര ശരിയാണ്.

സ്വയം അറിയുന്നതിൽ പരം എന്ത് ജ്ഞാനമാണ് ഉള്ളത്?

മറ്റുള്ളവരുടെ മനസ്സിൽ ഇടം നേടുന്നതിനേക്കാൾ മൂല്യമേറിയ സമ്പാദ്യം വേറെ എന്തുണ്ട്?

തനിയെ തീർക്കുന്ന പാതകളിലാണ് നാം ആശ്വാസത്തിന്റെ തണൽ കണ്ടെത്തുക; ആത്മസംതൃപ്തിയുടെയും.

Echoes
of the Heart

Section 2: Echoes of the Heart

6. For the sake of love

I teach you not to lie,
only because I want you to love me.
Let's be pessimistic, completely,
so everything turns out to be optimistic.

For the sake of hunger, let's starve.
For the sake of love, let's not hate.
For the sake of pain, let's bleed,
and for the sake of heaven, let's dream.

Let's whisper in silence,
as long as we love each other—
those sleepless nights,
thoughts of you,
still dreams remain as reality.

Let's not wed in wedlock;
just remain as bride on a Grecian urn,
keeping the exact, unchanging distance.
And when we meet,
it's all ended.

കിനാക്കൾ

പരസ്പരം കണ്ടുമുട്ടുന്നതുവരെ നമുക്ക് പ്രണയിച്ചുകൊണ്ടി രിക്കാം.

പ്രണയം എന്നും നിലനിൽക്കുന്നതിനായി പരിണയത്തെ ഉപേ ക്ഷിക്കാം.

കീറ്റ്സിന്റെ കവിതയിലെ പക്ഷികളെ പോലെ ആകാശവിസ്തൃ തിയിൽ പറന്നുനടക്കാം.

ഉറക്കമൊഴിച്ച് നാം കണ്ട കിനാക്കൾ യാഥാർത്ഥ്യങ്ങളാണെന്ന് വിശ്വസിക്കാം.

പലതിന്റെയും മൂല്യം അറിയാൻ ത്യാഗങ്ങൾ ചെയ്യാം.

അശുഭകരമായ കാര്യങ്ങൾക്കായൊരുങ്ങുകയും; ശുഭകരമായവ സംഭവിക്കുമെന്ന് പ്രതീക്ഷിക്കുകയും ചെയ്യാം.

നമുക്ക് നമ്മെ തന്നെ ജയിക്കാം, സത്യസന്ധരാകാം.

മുഖമൂടികളില്ലാതെ വിഹരിക്കാം.

ഞാൻ നിന്നിൽനിന്നും പ്രണയം മാത്രമേ ആഗ്രഹിക്കുന്നുള്ളൂ.

നാം പരസ്പരം മനസ്സിലാക്കുന്നിടത്ത് അത് അവസാനിക്കു മെന്നും എനിക്കറിയാം.

7. A Song For Love

Surely, she smiles with a pause,
looking deep inside my soul.
When she cries for love, it bursts—
thoughts of you kept me going.

We talked a lot in silence
but when silence broke, it all ended.
Once we were lovers
and once we dreamt together.

Now we search for love in vain,
picking flowers, indifferent to words and woes.
Still, when she cries, it bursts.

Let the beam of love reflect,
shining like a polar star.
Let silence be our song of love;
when we whisper, it sounds—"love."

പ്രണയം

നാം പ്രണയത്തെ പൂക്കളിൽ ദർശിച്ചവർ.

നമ്മുടെ മൗനങ്ങൾ വാചാലമെന്ന് കരുതിയവർ.

നാം നയനങ്ങളിൽ ചന്ദ്രികയുടെ തിളക്കം ആസ്വദിച്ചവർ.

പുഞ്ചിരിയാൽ വസന്തം വിരിയിച്ചവർ.

മർമ്മരങ്ങളിൽ പ്രണയം ശ്രവിച്ചവർ.

ഒരേ സ്വപ്നം മാത്രം കണ്ടുറങ്ങിയെന്ന് അവകാശപ്പെട്ടിരുന്നവർ.

നിന്നെക്കുറിച്ചുള്ള ഓർമ്മകളാണ് സഖി;

എന്നെ മുന്നോട്ടു നയിക്കുന്നത്.

നാം പരസ്പരം വാചാലരാകാൻ തുടങ്ങിയപ്പോഴാണ് എല്ലാം
അവസാനിച്ചത്!

ഒന്നിച്ചുള്ള ജീവിതയാത്ര നാം ആരംഭിക്കരുതായിരുന്നു; എങ്കിൽ
പ്രണയം അനശ്വരമായിരുന്നേനെ!

നാമിനി നഷ്ടപ്രണയം തേടിയിറങ്ങിയവർ.

'അനശ്വര പ്രണയം' എന്നത് ഒരു വലിയ നുണയായിരുന്നോ?

നിശബ്ദതകൾ പ്രണയത്തെ പ്രഘോഷിക്കട്ടെ.

'ലോകാ സമസ്താ സുഖിനോ ഭവന്തു'.

8. You Are Only Mine

When the words get of mind
And silence plays the cure,
Let's rejoice once again,
And whisper "love,"
Flying above the clouds—
The meaning of danger
Looming,
Leading to extinction.
And when we rest in peace,
Silence remains the same,
The same as whispering
"Love."

മൗനം

ഹൃദയത്തിൽനിന്നും വാക്കുകൾ നഷ്ടമാകുമ്പോൾ മൗനം സൗഖ്യമേകും.

ഉന്മാദിയെപോലെ ആർത്തട്ടഹസിക്കുക.

കാരണം

നാം ഒരുനാൾ ഉന്മൂലനം ചെയ്യപ്പെടും!

പാരിതിൽ നാം വിതച്ച, സ്നേഹത്തിൻ വിത്തുകൾ മുളച്ചേക്കാം, വളർന്നേക്കാം.

അതൊന്നും നാം അറിയേണ്ടതില്ല.

നാം അന്ത്യനിദ്ര പുൽകുമ്പോൾ നമ്മെ മൂടുന്ന മൗനംപോലെ തന്നെ നാം മന്ത്രിച്ച 'സ്നേഹം' എന്ന വാക്കും നമ്മെ വന്ന് പൊതിയട്ടെ.

9. A Song of Reality

Romeo and Juliet, an old symbol of love,
Layla and Majnun, poetic compassion...
Jack and Rose, a wave of Titanic love...
You and me, the same old song of reality.

In the valley of death, I summoned its beauty,
and I found the ugliness in the valley of flowers.

This flower, that flower, those flowers...
and those flowers between these two,
the darkness is the same.

Freedom is what one of them desperately needs,
and then they search for a way to surrender.

When children ask questions about them—
where are they from and what for—
slowly, they find a way to dream,
always playing with God and candies.

Suddenly, they realize they are apart.
Now they dislike questions to be answered.
Dreams and childhood are what they look for now...
Sometimes, the old stories remain the same.

ഇരുട്ട്

പ്രതീകങ്ങൾ, ഉപമകൾ, അലങ്കാരങ്ങൾ, ചമത്കാരങ്ങൾ പ്രണയകാവ്യങ്ങൾ സമ്പന്നമാണ്.

ആവർത്തനവിരസമായ, യാഥാർത്ഥ്യവുമായി യാതൊരു ബന്ധ വുമില്ലാത്ത കാവ്യഭാവനകൾ.

വർണ്ണാഭമായ പൂക്കളുള്ള താഴ്‌വരകളിലും മരണം നിഴലിച്ച താഴ് വരകളിലും ഇരുൾ വീഴുന്നത് ഒരുപോലെയാണ്.

വേർതിരിവില്ലാത്ത കട്ടപിടിച്ച ഇരുട്ട്.

നാം തേടുന്നത് മാത്രം നാം കണ്ടെത്തുന്നു.

കേൾക്കാൻ ആഗ്രഹിക്കുന്നവ മാത്രം ശ്രവിക്കുന്നു.

ഇത് സ്വാതന്ത്ര്യാന്വേഷികളുടെ കാലം.

സ്വാതന്ത്ര്യമന്വേഷിക്കുന്നവർ തേടുന്നത് മരണമാണോ?

കീഴടങ്ങലിൽ സ്വാതന്ത്ര്യമുണ്ടോ?

ജനിമൃതികളെ കുറിച്ചുള്ള നിഷ്കളങ്കമായ ചോദ്യങ്ങൾക്ക് പോലും നാം ഉത്തരം നൽകാൻ പാടുപെടുന്നു.

മറുപടികൾ കേൾക്കാൻ ഭാഗ്യം ഇല്ലാത്ത കാതുകൾ;

പഴകി ദ്രവിച്ച ഗുണപാഠകഥകളെ ആശ്രയിക്കുകയല്ലാതെ വേറെ എന്താണ് പോംവഴി?

ആരെങ്കിലും അവരെ ഉപദേശിച്ചിരുന്നെങ്കിൽ...

'നിങ്ങൾ സ്വയം നിങ്ങളുടെ സ്വപ്നങ്ങൾ നെയ്യുക അവയിലേക്ക് യാത്രയാവുക'!

നമ്മൾ പുരോഗമനവാദികൾ; പുതുതലമുറയെ പൗരാണിക ലോകത്തേക്ക് തള്ളിവിടാൻ വ്യഗ്രതപ്പെടുന്നവർ.

10. Here is a Ballad

Whispered aloud,
Roamed in silence.
Should I believe you,
And your stories? Why?
I like the smell of death,
And of her too.

Tearing my envelopes,
That lay unopened for days.
Here is a ballad, of no words,
Yet rhymed, still,
It reflects
The never-ending sorrow of our life.

If my words are sleepy,
Should I play a song for the dead?
"Rest in peace,"
Alone I shouted.
Here is a ballad,
Heard by no one.

Roamed in silence.
Should I believe you,
And your stories? Why?

I like the smell of sweat,
And of her too, the scent of dusk.

Tearing my envelopes,
That lay unopened for days,
A quiet testament of time.
Here is a ballad,
Of no words, yet rhymed.

Still, it reflects
The never-ending sorrow of our life,
A cycle of joy and strife.
If my words are sleepy,
Should I play a song for the dead?

"Rest in peace," alone I shouted.
Echoes whisper through the night.
Here is a ballad,
Heard by no one.

ആശംസ

വായിക്കാതെ തന്നെ വിവരങ്ങൾ അറിയാമെങ്കിൽ പിന്നെയെ
ന്തിനീ കത്തുകൾ ഞാൻ വായിക്കണം?

വായിച്ചാൽ തന്നെയും അവ വിശ്വാസയോഗ്യമല്ലെന്ന് എനിക്ക
റിയാം.

വായിച്ചില്ലെങ്കിൽ നുണകൾ വിശ്വസിക്കേണ്ടിവരുന്ന ഗതികേട്
ഒഴിവാക്കാമല്ലോ!

ശബ്ദമില്ലാത്ത ഗാനങ്ങൾ പോലെ അവ അർത്ഥശൂന്യമാണെന്ന്
എനിക്കറിയാം.

നിന്റെ കത്തുകളെക്കാൾ ഏറെ,

നിന്റെ മരണത്തിൻ ഗന്ധമാണെന്നെ ആഹ്ലാദിപ്പിക്കുക!

അത് എന്റെയും മരണത്തിൻ ഗന്ധമാണ്.

ഞാൻ നുണകളെ വെറുക്കുന്നു, അർദ്ധ സത്യങ്ങളെയും.

ഞാൻ മൗനം കൊണ്ട് അലറി വിളിക്കാറുണ്ട്!

എന്റെ ഗിരിപ്രഭാഷണങ്ങൾ ഏറെയും മന്ത്രിക്കലൊണ്. അവ
ആരും ഗൗനിക്കാനിടയില്ല.

എങ്കിലും ഞാൻ നിനക്ക് അന്ത്യനിദ്ര ആശംസിക്കുകയാണ്!

അത് എന്റെ ക്ലേശങ്ങൾക്ക്; വ്യഥകൾക്ക് അറുതിയാകുമെന്ന്
വ്യഥാ ആഗ്രഹിച്ചുകൊണ്ട്.

Shadows

Section 3: Shadows and Light

11. Urn Not of Keats

Here resting calmly,
the history.

Digging,
the moment I found
an urn of history,
not of Keats—
filled with ashes and blood.

Do not destroy, do not interrupt;
here they are, remaining one—
no races, no colors.
Aryans with Jews stand together,
in that no-man's land.

Men are better than God,
because we are sons of Him.
Sleeping is better than work,
because sleeping leads the work.

Golden letters sparkle on an urn.
Opening the urn, I heard
the song of loneliness,
the art of mystery and age—
all leading me back to history...

അസ്ഥികൂടങ്ങൾ പറയുന്നത്

കാല്പനികതയുടെ വർണ്ണക്കൂട്ടുകൾ കൊണ്ട് സൃഷ്ടിച്ച മായാ ലോകത്ത് ചരിത്രത്തെ തിരയുന്നതിൽ അർത്ഥമില്ല.

അതിന്,

നാഗരികതകളുടെ അസ്ഥിവാരങ്ങൾക്കടിയിൽ തേടണം. നന്നങ്ങാടികളിൽ തിരയണം.

ചരിത്രത്തിന്റെ പരിണാമത്തെ ചികഞ്ഞ് നോക്കണം.

അവശേഷിക്കുന്ന അസ്ഥികൂടങ്ങൾ നിങ്ങളോട്;

നിരാലംബരുടെ, നിസ്സഹായരുടെ, പട്ടിണിയുടെ, മരണത്തിന്റെ, കൊലപാതകങ്ങളുടെ, യുദ്ധഭീതിയുടെ,

വർണ്ണ വർഗ്ഗ ലിംഗ വിവേചനങ്ങളുടെ, നരഹത്യയുടെ, പലായന ങ്ങളുടെ ഞെട്ടിക്കുന്ന കഥകൾ പറയും.

കൂടെ,

ഗോത്രങ്ങളുടെ പകയുടെ ചരിത്രത്തിൽ നിന്നും വ്യത്യസ്തമ ല്ലാത്ത, തീവ്രദേശീയതയാൽ ചൊരിയപ്പെട്ട രക്തത്തിന്റെ കഥകൾ കേൾക്കാം.

സർവ്വശക്തനെ സംരക്ഷിക്കാൻ സൃഷ്ടികൾ നടത്തിയിട്ടുള്ള വീരസാഹസീകതകൾ നിങ്ങളെ കോരിത്തരിപ്പിക്കാതിരിക്കില്ല.

പക്ഷേ ചരിത്രത്തിലെ ഓരോ കാലഘട്ടം കഴിയുമ്പോഴും സമാ ധാനത്തിന്റെ സഹവർത്തിത്വത്തിന്റെ ഒരു നവലോകം സൃഷ്ടി ക്കാനുള്ള ത്വര മാനവചരിത്രത്തിൽ ദർശിക്കാം.

ഗോത്രതലവൻമാരുടേയും, രാജാക്കന്മാരുടേയും സർവാധിപത്യ ത്തിൽ നിന്നും; യുദ്ധക്കെടുതിയിൽ നിന്നും, നാടുകൾ

ജനാധിപത്യസംസ്കാരത്തിലേക്ക് പതിയെ നടന്നടുക്കുന്നത് കാണാം.

ലോകത്ത് പലയിടത്തും ഹിംസയിൽ നിന്ന് അഹിംസയിലേക്കുള്ള മാറ്റം ദൃശ്യമായി.

വ്യക്തികളുടെ സ്വത്വബോധത്തേയും, തെരഞ്ഞെടുക്കലുകളേയും അംഗീകരിക്കാൻ തുടങ്ങി. 'മനുഷ്യവകാശം' എന്ന പദത്തിന്റെ ആവിർഭാവവും പ്രാധാന്യവും ചർച്ചയായി.

അപ്പോഴും ഒരു ഭാഗത്ത് ചൂഷണവും, വിവേചനവും, പീഡനവും, കൊലപാതകങ്ങളും മാറാതെ നിന്നു.

തീവ്ര ചിന്തകൾക്ക് ജനസമ്മതി കൈവരുന്നതും; യുദ്ധങ്ങളും, കൊലപാതകങ്ങളും, അടിച്ചമർത്തലുകളും, മതവിഭാഗിയതയും, തീവ്രവാദങ്ങളും, ലോകത്തെ ഹിംസാത്മകതയിലേക്ക് വീണ്ടും നയിക്കുന്നതും ആശങ്ക ജനിപ്പിക്കുന്നു.

ഇരുട്ട് കട്ടപിടിച്ച രക്ത മണമുള്ള ആ പഴയ ലോകത്തേക്ക്, നാം തരിഞ്ഞു നടക്കുന്നുവോ???

12. Let There Be Villians

(Who is the hero? -the real one -one man's food is
others poison)

Why should Duncan sharpen his sword?
He knew his destiny...
and the great Karna, too.

What's the real truth—
the history or the story?

Let me be the villain
for your path to success,
searching for reality in vain.

And let's wait for more villains
to show our heroism.

Still,
Duncan kept sharpening his sword.

Let's hope we can find another Drona,
the great teacher,
without asking for the thumb in exchange for knowl-
edge.

Still,
the Afghans smile for flying bombs and food.

*karna -the great warrior from the Hindu epic
Mahabhartha

ഗുരുവിനെ തേടി

വിശ്വം ജയിക്കാൻ ഒരു ഗുരുവിനെ വേണം; ദക്ഷിണയായി പെരുവിരൽ ചോദിക്കാത്ത ഗുരു.

സൗജന്യമായി ഉപദേശം തരാൻ അനേകരുള്ളിടത്ത് സ്വകർമ്മം തന്നെ വിദ്യയായി പ്രദാനം ചെയ്യുന്ന ഗുരു.

നായകർക്ക് വിജയശ്രീലാളിതരാകാൻ പ്രതിനായകരെ സൃഷ്ടിക്കുന്ന ഗുരു.

ലിംഗഭേദമില്ലാതെ, ജാതിഭേദമില്ലാതെ, വർണ്ണഭേദമില്ലാതെ അറിവ് പകർന്ന് നൽകുന്ന ഗുരു.

യുദ്ധതന്ത്രങ്ങൾക്കു പകരം ജീവന്റെ മൂല്യം അഭ്യസിപ്പിക്കുന്ന ഗുരു.

ചരിത്രത്തിൽ രേഖപ്പെടുത്തിയിട്ടുള്ള നായകരെല്ലാം നായക രായിരുന്നോ?

അതോ പ്രതിനായകരോ!

വിജയങ്ങൾ ആണോ നന്മ തിന്മകളെ വേർതിരിക്കുന്നത്?

നായകരെ സൃഷ്ടിക്കുന്നത്?

കഥകളിലെ നായകരും യഥാർത്ഥത്തിൽ നായകരായിരുന്നോ?

സദ്ഭരണം നടത്തിയിട്ടും പടനായകരാൽ കൊല്ലപ്പെട്ട രാജാക്ക ന്മാരും;

ജന്മം കൊണ്ട ജാതികാരണം പ്രതിനായകരായവരും, ദുരന്ത കഥാപാത്രങ്ങളായ കഥകൾ പറയുന്നതെന്താണ്?

ദാഹമകറ്റാൻ വിഷം കുടിക്കേണ്ടി വരുന്നവരോട്....

ഏത് ഗുരുവിനെ കുറിച്ചാണ് ഉദ്ബോധിപ്പിക്കുക!

13. Colours of Reality

Colors and lines of humanity... passing
through the ages from cave walls to Picasso.

Lines of freedom, caste, and creed,
through evolutionary reevaluation.
Though colors of joy became an oasis
facing extinction.

Red—tasting the saltiness of blood...
still, we love holy wars and war heroes,
letting the starving child be amused.

Green and blue—colors of childhood dreams.
Let us sink the Rainbow Warrior for nuclear arms.

Orange and yellow—colors of happiness.
Let us dream and sleep in darkness with pills.

White—the color of truth and paradise,
hoping for a guardian angel and Almigthy God.

Still, I knew the truth, my friend,
let us search for reality in vain.
Still, we have to wait for another,
until someone colors our dreams.

Sathvikam / സാത്വികം

നിറങ്ങൾകൊണ്ട് മായ്ക്കപ്പെട്ട വരകൾ

വരകൾ;

അടിമത്തത്തിന്റെ ഭാരം പേറുന്നവയാണ്.

നിയന്ത്രണത്തിന്റെ കനം തൂങ്ങുന്നവ.

ഗുഹാ ചിത്രങ്ങളിലെ നിറം ചാലിച്ച വരകൾ അത് ആശയവിനിമ യത്തിന്റേതായിരുന്നോ?

ആസ്വാദനത്തിന്റേത്?

അതോ, വിരസതയുടെ വേദനകൾ പടർന്നതാണോ?

സമസ്യകൾ തീർത്തിട്ടുള്ളവയാണ് രേഖകൾ.

ലക്ഷ്മണരേഖ അടിമത്തത്തിന്റെ ആയിരുന്നോ?

സംരക്ഷണത്തിന്റെ?

കരുതലിന്റെ?

രാജ്യാതിർത്ഥികളുടെ രേഖകളോ?

ചില രേഖകൾ ഭേദിക്കേണ്ടവയാണ്, മാനിക്കേണ്ട രേഖകളും ഉണ്ട്.

തിരിച്ചറിവാണ് മുഖ്യം.

പലതും മരീചികകൾ ആകുന്നിടത്ത്, നമ്മൾ അതിർത്തികൾ ഭേദിച്ചവരെ നായകരാക്കി വാഴ്ത്തുപാട്ട് പാടി.

നിഷ്കളങ്കനായ കുട്ടിയുടെ നിറം ചാലിച്ച സ്വപ്നങ്ങളിലെ നായകർ.

അവരാകട്ടെ വിനാശത്തിന്റെ ഭീകരവിത്തുകൾ വിതച്ചവരും. വിനാശത്തിന്റെ ആണവായുധങ്ങൾ പേറുന്നവർ!

സ്വർഗവും കാവൽമാലാഖമാരും ദൈവവും നമ്മളെ രക്ഷിക്കട്ടെ!!!

സത്യാന്വേഷികൾ നീണാൾ വാഴട്ടെ
എന്നെങ്കിലും യാഥാർത്ഥ്യവും മിഥ്യയും വേർതിരിച്ച്
ആരെങ്കിലും
വരകൾ വരക്കുമായിരിക്കും,
മഴവില്ലഴകേറുന്ന രേഖ

14. Being convicted

I must awaken
before my death—
a desire to love,
for a vision of truth.

When did time begin?
To be done,
let things happen.

All those ladies
who made eyes at me...
and all those men
hoping for the luckiest draw.

Being above the clouds,
hoping for a wave of love,
in the far wild east,
in the morning light,
in the eyes of a child.

Spots from the first drops of rain,
dreams of owning a house.
Each street has its borderlines,
and no more storytellers for mankind...

Sathvikam / സാത്വികം

അതിർവരമ്പുകൾ

കുറ്റബോധത്തിന്റെ നാല് ചുവരുകൾക്കുള്ളിൽ നാം ഒറ്റപ്പെട്ടിരിക്കുന്നു.

മിഥ്യയും യാഥാർത്ഥ്യവും വേർതിരിച്ചറിയാനാവാത്തവിധം മനസ്സ് ഉന്മാദിയായിരിക്കുന്നു.

എങ്കിലും...

മനസ്സ്,

മരുഭൂമിയിലെ ഏകാന്തതയിൽ മരുപ്പച്ചകൾ തേടി അലഞ്ഞു കൊണ്ടിരിക്കുന്നു.

അതോ...

സത്യം തിരഞ്ഞുള്ള യാത്രകളോ?

അതുമല്ലെങ്കിൽ...

ഈ കടുത്ത ഏകാന്തതയിലും പ്രണയം തിരഞ്ഞ് ഇറങ്ങിയതോ?

ഇനി നാം തുടങ്ങേണ്ടത്...

സ്വയം തീർത്ത അതിർവരമ്പുകൾ ഭേദിച്ചുകൊണ്ടാണ്.

നടത്തേണ്ടത്...

മനസ്സുകൾ തേടിയുള്ള യാത്രയാണ്.

പറയേണ്ടത്...

മാനവസ്നേഹത്തിന്റെ കഥകളാണ്.

നേടേണ്ടത്... ഹൃദയങ്ങളാണ്.

ഉണരേണ്ടത്...

ഉഷസ്സിലെ തെളിഞ്ഞ ആകാശനീലിമയിലേക്കാണ്.

മരണത്തിനുമുമ്പേ താണ്ടാനുള്ളത് കാതങ്ങളാണ്.

15. Sometimes

I like to draw a circle without a center.
And a square without edges.
Sometimes I thought I'd heard enough truth.
And in a split moment
I knew I know nothing
Sometimes I used to say things about extinction.
There may be a fern growing somewhere outside the
earth.
Sometimes I like the wild east and the idea of slavery
And the idea of infinity makes me cheerful
Sometimes death makes a path to enlightenment
And that makes me an end to the infinite and to
myself.
Sometimes I like to surrender to wonder, to wander...

അനന്തത

പ്രപഞ്ചത്തിന്റെ അതിര്‍ത്തികളെ കുറിച്ച് ചിന്തിച്ചു ഞാന്‍ അനന്ത തയില്‍ അലയാറുണ്ട്!

സ്വയം ഉന്മാദിയാകാന്‍ വേറെന്തുവേണം?

വിശ്വം വിസ്മയഭരിതം!

പ്രപഞ്ചത്തിന് അതിര്‍ത്തികള്‍ ഉണ്ടെങ്കില്‍ അതിനപ്പുറമെന്തെന്ന് കണ്ടെത്തണം.

അപ്പോള്‍ എനിക്ക് കേന്ദ്രബിന്ദുവില്ലാത്ത വൃത്തം വരയ്ക്കാന്‍ ആകും; മൂലകള്‍ ഇല്ലാത്ത ചതുരവും.

അറിഞ്ഞതൊന്നുമല്ലെന്ന്;

അല്ല;

ഒന്നുമറിഞ്ഞില്ലെന്ന് മിന്നല്‍ പോലെയൊരു ബോധോദയം ഉണ്ടാ കാറുണ്ട്!

അതും ക്ഷണമാത്ര!

അപ്പോഴേക്കും സത്യങ്ങള്‍ ഏറെ കേട്ടുകഴിഞ്ഞെന്ന്; അഹം പ്രഭാഷണം തുടങ്ങിയിരിക്കും.

വംശനാശം നേരിടുന്ന ഒരു പുല്‍നാമ്പ് ഭൂമിയില്‍ എവിടെയെ ങ്കിലും വളരുന്നുണ്ടെന്ന് എനിക്കറിയാം; നിങ്ങള്‍ക്കോ?

അഹം മൃതമായപ്പോഴാണ്

സിദ്ധാര്‍ത്ഥന്‍, ബുദ്ധനായതത്രേ!

എന്റെ ബോധോദയം എന്നാണാവോ?

16. Mea Culpa

Beauty is just a conscious... an awareness?
A smile on Porter Colley, the best,
a lifetime achievement.

Surely, she is not attractive,
but she had a fire—
a fire to be independent,
not the fire to be censored.

Vision is just perception,
yet an old blind man sings of his vision of reality,
not just being there,
but being part of it.

Still, I wait to be—
the blind beast.

You may live long, or you may not...
you may gain a lot, or you may not.
May you be the fire and light—
you may live, or not...

*Porter Colley is someone who had tumors
*Fire is a controversial feminist film

അഗ്നി

ഇനി മോട്ടിവേഷൻ...

Neurofibromatosis എന്നത്; ജനിതകമായ, ചികിത്സിച്ച് ഭേദമാ ക്കാൻ കഴിയാത്ത, ദേഹമാസകലം കുരുക്കൾ (ട്യൂമേഴ്സ്) നിറഞ്ഞുനിൽക്കുന്ന ഒരവസ്ഥയാണ്.

'Porter Colley' അമേരിക്കയിൽ ജനിച്ച യൗവനകാലത്ത് ഈ ജനിതകാവസ്ഥ കഠിനമായി ബാധിച്ച ഒരു സ്ത്രീയാണ്.

'ശരീരം മാത്രമേ നിങ്ങളുടെ ദൃഷ്ടിയിൽ വികൃതമായുള്ളൂ'; എന്ന് തന്റേടപൂർവ്വം ഈ സ്ത്രീ ലോകത്തെ ബോധ്യപ്പെടുത്തി.

ഉള്ളിലഗ്നിയെരിയുമ്പോൾ ചാമ്പലാക്കാൻ കഴിയാത്ത പ്രതി ബന്ധങ്ങളില്ലെന്ന് ജീവിതസാക്ഷ്യം രചിച്ചവൾ.

സെൻസർ ബോർഡിന് വെട്ടിനിരത്താൻ കഴിയുന്ന ഒരു 'ഫയർ' ആയിരുന്നില്ല അത്.

ഈ അഗ്നി മനസ്സുകളിലേക്ക് ഉയിർത്തെഴുന്നേൽപ്പിന്റെ ഊർജ്ജം പകർന്നുകൊണ്ടിരുന്നു!

ഇവൾ കർമ്മംകൊണ്ട് മുന്നിൽനിന്ന് നയിച്ചവൾ!

'ജ്വലിക്കുമീയഗ്നിയിൽ നിന്നുയർന്നു വരുന്നൊരുനാരിയെ തളക്കാനാകില്ലാർക്കുമീയൂഴിയിൽ' എന്ന ജീവിതമാം കവിത രചിച്ചവൾ.

നാം ഉൾക്കാഴ്ച നേടുംതോറും

സൗന്ദര്യത്തിന് നാനാർത്ഥങ്ങൾ വന്നുകൊണ്ടേയിരിക്കും.

Songs

17. Nana, we miss you

The first rain falls,
carrying the scent of raw earth—
Nana, it whispers your name.
Nana, my grandmother,
I long for your wisdom,
your smile and the comfort.
They spoke of your wrinkles,
called you a burden,
when Grandpa left.

Your soup, your pickles,
simple, filled with love—
nothing tastes like the warmth of your hands,
not even the restaurant that wears the name
"Grandma's Kitchen."
They sell only dreams there,
not the flavor of any soul.

Nana, your trembling hands
once wrapped around my arm—
even then, you made me stronger,
though I was just a child.
Your wrinkles made my parents anxious,

now they trace their own in the mirror,
worried and confused,
as if their fate were written there,
their karma taking shape.

Nana, you were different—
your wisdom, your smile,
the comfort that endures,
to make me feel secure.
A trust , belief and hope.

I know you are happy now,
in the stillness of rain.
Nana, your essence falls with the drops,
quiet, steady—
bringing life, hope, dreams.
Close your eyes,
and you will feel her,
my Nana,
your Nana,
the Nana we all missed.
She is here.
Here, always.

മറുമൊഴികൾ...

നഷ്ടം

മണ്ണിൽ പുതുമഴ പെയ്യുമ്പോൾ നാസികാഗ്രങ്ങളെ വിടർത്തി വായുവിലെ ഗന്ധം ഉള്ളിലേക്ക് ആവാഹിക്കുക, ചാറ്റൽമഴയുടെ സംഗീതത്തിന് കാതോർക്കുക, അവ ഒരു പേര് മന്ത്രിക്കുന്നത് കേൾക്കാം.

പുതുമണ്ണിന്റെ ഗന്ധവും മഴയുടെ താളവും നമ്മുടെ ഓർമ്മ കളിലേക്ക് ഒരു രൂപം കൊണ്ടുവരും.

കഥകളുടെ വിസ്മയലോകം വാമൊഴിയായി തുറന്നുത്തന്ന വളുടെ രൂപം.

ഒരു കാലത്തും നാവിൽനിന്നും മാറാത്ത വാത്സല്യരുചികളുടെ രസക്കൂട്ടൊരുക്കിയവളുടെ രൂപം.

തൊടിയിലെ പച്ചമുളകും, ഉപ്പും, പുളിയും, വെളിച്ചെണ്ണയിൽ ചാലിച്ച് അവളൊരുക്കിയ ചമ്മന്തിയുടെ സ്വാദ് പോലും പിന്നീട് ആർക്കും അനുകരിക്കാൻ ആവുന്നില്ലല്ലോ.

അലസത എന്തെന്ന് അറിയാത്തവളുടെ കൈപ്പുണ്യം!

അവളുടെ പേരിൽ ഹോട്ടലുകൾ കാണാമെങ്കിലും അവയ്ക്കൊാ നും അവളുടെ രുചികളെ നൽകാൻ സാധിക്കുന്നില്ല, സ്വപ്ന ങ്ങൾ വിൽക്കാൻ മാത്രമേ അവർക്ക് കഴിയൂ.

മൂല്യബോധത്തിന്റെ പാഠശാലയായിരുന്നവൾ.

തവിട് തിന്നാലും തകൃതം കളയരുതെന്ന് ശഠിച്ചവൾ.

അവളുടെ വിരയാർന്ന കൈകളുടെ ആലിംഗനവും, മൂർദ്ധാവിൽ പതിച്ച നിശ്വാസങ്ങളും നമ്മെ ഏറെ കരുത്തരാക്കി.

ഒരുപക്ഷേ നര വീണ മുടികളും, ചുളിവാർന്ന ദേഹവും അവളുടെ മക്കളിൽ ആശങ്ക ജനിപ്പിച്ചിരുന്നെങ്കിലും; പേരക്കിടാങ്ങൾക്ക് അവൾ ആശ്വാസസാമീപ്യം ആയിരുന്നു.

ഇന്ന് അവളുടെ മക്കൾ കണ്ണാടികൾക്ക് മുമ്പിൽ സ്വന്തം നരക ളേയും, ചുളിവാർന്ന ദേഹത്തേയും ഓർത്ത് ആകുലരാകുന്നു.

ഏവർക്കും വരുമൊരുകാലം.

ജീവിതകാലത്ത് സമ്പാദിച്ച അറിവുകൾ ചേർത്തൊരുക്കി, ഒറ്റമൂലികളുടെ രസായനങ്ങൾ കുറുക്കിയെടുത്തിരുന്നവൾ.

നാമൊന്ന് കണ്ണടച്ചിരുന്നാൽ കേൾക്കാം ചില ഈരടികൾ!

'കുറുക്കാ, കുറുക്കാ നിനക്കെന്തൊ വേല?...

കൂരാറ്റേം മക്കളും പൊക്കോളെ, മറ്റെന്നാ രാവിലെ വന്നോളേ...

ചില നഷ്ടങ്ങൾ മനസ്സിലാക്കാൻ ഒരുപാട് കാലം എടുക്കും.

മുറിയിലെ ഈ കാറ്റിൽ അവളുടെ ഗന്ധമുണ്ട്, ഉണങ്ങിയ കുറുന്തോട്ടിവേരിന്റെ ഗന്ധം.

തൊടിയിൽ വീണുകിടക്കുന്ന ഇലകൾക്ക് പോലും അവളെ അറിയാമെന്ന് തോന്നിപ്പോകുന്നു.

പേരക്കിടാങ്ങളുടെ മനസ്സിൽ ഇന്നും അവൾ സന്തോഷവതി യായി ജീവിക്കുന്നു.

വാർദ്ധക്യകാലത്ത് അവൾ ഏറെ സന്തോഷിച്ചിരുന്നതും, ആസ്വദിച്ചിരുന്നതും ഈ നിഷ്കളങ്ക ബാല്യങ്ങളുടെ സാമീപ്യം ആയിരുന്നല്ലോ.

നഷ്ടങ്ങൾ ഏറെയും ജീവിച്ചിരിക്കുന്നവർക്കാണ്.

18. MY Little Master

(A Tamil kid who came to my hometown with his family
looking for work and living under the shade of a tree)

Manikuttan,
he can walk over the sea,
but he isn't Jesus Christ.
He drinks salty water and thrives,
not to conquer, but to survive.

He never knew what a proper lunch is,
not today,
not in his entire life.
How much do we eat for nothing?

While he holds his little sister's hand—
her protector, her big brother—
from the rain, from the sun,
and from those human eyes.

With the only shirt he's got.
He shines like a superstar.
He is not here to beg for money,
nor for charity or sympathy,
but to work hard for his life.

He doesn't know his father's fate—
gone, lost in silence,
survived with his mom.
But he knows his path,
pointing southeast to northwest.

He rolls his wheel of life
to the far west,
to rise again from the ashes—
a phoenix reborn.

And still, he smiles for nothing,
a smile that holds everything.
He is my little master.

സന്ന്യാസി

ഒന്നിനും വേണ്ടിയല്ലാതെ നീ തൂകുന്ന പുഞ്ചിരി എത്ര വശ്യമാണ്.
'പുഞ്ചിരികൾ വിൽപ്പന ചരക്കാണ്', കുട്ടീ. കെണിയിലെ ഇരപോലെ ഒന്ന്.

നീ ദിശകളെ ജയിച്ചവൻ. തെക്കും, വടക്കും, കിഴക്കും, പടിഞ്ഞാറും നിനക്ക് സമം.

കടൽവെള്ളം കുടിച്ചുപോലും ജീവിക്കാൻ നിനക്കറിയാം. വേണ്ടിവന്നാൽ കടലിലൂടെ നടക്കാനും.

ദിനരാത്രങ്ങൾ ഒന്നും ഭക്ഷിക്കാതെ ജീവിക്കാനും നീ ശീലിച്ചു.

കോരിച്ചൊരിയുന്ന മഴയിലും, ഉരുകുന്ന വേനലിലും, മരം കോച്ചുന്ന തണുപ്പിലും, വസ്ത്രങ്ങൾ മാറ്റാതെ; മാറാതെ ജീവിക്കാൻ നിനക്കാവും.

തെരുവിലെ ബഹളങ്ങളിൽ നീ അസ്വസ്ഥൻ അല്ല, ഏകാന്തത കളിലും.

നീ നിന്റെ വാൽമീകത്തിനുള്ളിൽ ഭിക്ഷുവിനെപോലെ തപം ചെയ്യുന്നു.

അവജ്ഞ കലർന്ന നോട്ടങ്ങളെ നീ ഗൗനിക്കുന്നതേയില്ല.

അവരുടെ ജൽപനങ്ങൾ നിന്റെ ശ്രവണപടങ്ങളിൽ എത്തുന്നില്ല.

നീ എത്ര കരുത്തനാണ്, എന്റെ കുട്ടി.

എനിക്ക് ഇതിനൊന്നും ആവില്ലല്ലോ!!

നീ എന്റെ ദൗർബല്യങ്ങളെ തുറന്നു കാട്ടുന്നു.

നീയാണ് യഥാർത്ഥ തപസ്വി; ശാരീരിക അഭിലാഷങ്ങളെ ജയിച്ചവൻ!

ഞാൻ നിന്നിൽനിന്നും ശിഷ്യത്വം സ്വീകരിക്കട്ടെ.

19. Death.., I conquered...

Death is not a sorrow;
it's an esay way to freedom.

Sleeping at last,
the trouble and tumult over—
cold and white,
out of sight of friend and lover.

Stupidtiy turns into wisdom.

If I could say something, or anything,
it would be bitter—
a symphony of sorrow.
But happiness will flush it out.

If death conquers me,
I'd only say,
"I conquered death."

സ്വാതന്ത്ര്യത്തിലേക്ക്

ആര് ആരെയാണ് കീഴ്പ്പെടുത്തുക?
മരണമോ ജീവിതമോ?
മൗനം ഘനീഭവിച്ച ബന്ധങ്ങളും,
ഉഗ്രതാപത്താൽ ഉരുക്കുമീ ജീവിതയാഥാർത്ഥ്യങ്ങളും;
'മരണം' സ്വാതന്ത്ര്യമെന്ന് ഉദ്ഘോഷിക്കുന്നു!
ഒരു സുഖ ശാന്തനിദ്ര ആരാണ് ആഗ്രഹിക്കാത്തത്?
ആരോടും കണക്ക് ബോധിപ്പിക്കേണ്ടതില്ലാത്ത,
കയ്ക്കും സത്യങ്ങൾ പറയേണ്ടതില്ലാത്ത,
മറ്റുള്ളവരുടെ ദൃഷ്ടികളിൽ നിന്നും അപ്രത്യക്ഷമായി;
ഏവരേയും കീഴ്പ്പെടുത്തുന്ന സുദിനം!
മരണം ദുഃഖങ്ങളുടേത് മാത്രമല്ല.

Horizons

Section 5: Horizons of Discovery

20. Where should I end

If I walked through this?
Do you know Isaac, Peter?
I haven't seen him today.
Why don't I prefer the others?
Stephan, the new chairman,
And I must walk in tow.

Maybe it's safe behind him,
Those shadows of destiny,
Failures with endless dreams,
Desires of pride and power.

Where should my love be?
Lolita always wanted the best.
Is she still alive? Have you seen her?
"Shit, get out of the road!" shouted the cabman.
Where should I hide… in the path of Isaac?
Still, I live, mysteries to be solved.

Haven't you seen someone die before?
But surely it's not me… maybe Isaac.
Hoping for you and Lolita on my way.
Have you seen someone
Tending a fire in the Arctic?

Sathvikam / സാത്വികം

The far wild East,
The snowy Alps,
A drought on the Caspian Sea?
Mourning for the cattle,
Who's on for my dinner?

Let it be as good as it gets,
Being sexy as Madonna,
Having the fashion of a Titanic kiss.
I am Jack and you…
Let me frankly say, "No ships,"
And surely, no icebergs.

Have a pizza,
And an email kiss.
That's all I promise
In a daylight dream.

Am I defeated
On a clear sunny day?
Never—it must be a cloudy day.
I will say forever, "Goodbye,"
Like a pebble replaced
In the Amazon valley.

Being honest with whom?
I just paused
For a photo,
Smiled—

Awful,
In silence…

A goodbye,
For me, not more than that.
Whispered like death…
The joyfulness of childhood destiny.
Could I say it out loud?
The truth… maybe not.

I want to go
Miles and miles
Before I sleep,
Not of any poets,
But to conquer,
To win,
Not to study,
Nor to realize.

It was so fast,
Reaching the first mile,
Searching for my ego.
I smiled—awful—
At a stranger
For his destiny and courage.

And here I am,
Conquering the last,
Maybe the first of someone,

Sathvikam / സാത്വികം

Not as fast as the first.
Being alone and so proud
Of nothing,
But loneliness.

Whispering my fate,
Not my destiny.
The whole I questioned.
Few answered.
Some roamed in silence.

Names of mine too
"Rest in peace."
A few words were added to the graveyard.
But who will remember?

What more can I say
Than a quiet goodbye,
Not from destiny,
But from me.

അഭിലാഷങ്ങൾ

നിങ്ങൾ അവളെ കണ്ടുവോ?

അവൾ ജീവനോടെ ഇരിക്കുന്നുവോ എന്തോ?

എന്നെങ്കിലും ഏതെങ്കിലും നാൽക്കവലയിൽവച്ച് ഞാനവളെ കണ്ടുമുട്ടും.

അന്നെനിക്ക് അവളോട് കുറെ കാര്യങ്ങൾ കൂടി പറയാനുണ്ട്; ബോധ്യപ്പെടുത്താനും.

നീ ചിന്തിച്ചിട്ടുണ്ടോ?

ഞാനെന്തിനാണ് ചിലരെ മാത്രം തേടിയലയുന്നത്?

അധികാരികൾക്ക് പിറകെ ഒച്ചയുണ്ടാക്കാതെ ഭയപ്പെട്ടു നടക്കുന്നത്?

മറ്റു പലരുടെയും പാതകളിൽ മുഖം താഴ്ത്തി പമ്മിയിരിക്കുന്നത്?

അംഗീകാരവും, അധികാരവും, പ്രശംസകളും ഞാനും സ്വപ്നം കണ്ടിരുന്നു; എന്ന് നിനക്കറിയാമോ?

ഏറ്റവും നല്ലത് ലഭിക്കണമെന്ന് ഞാനും ആഗ്രഹിച്ചിരുന്നു; എന്ന് നിനക്ക് മനസ്സിലാകുമോ?

നീ എന്നിൽ നിന്നും അഭിലഷിക്കുന്നത് എന്തെന്ന് എനിക്കു ഊഹിക്കാം.

ഏഴാം കടലിനക്കരെ നിന്ന്, അമൂല്യമായത് എന്തെങ്കിലും ഞാൻ കൊണ്ടുവരുമെന്ന പ്രതീക്ഷ നിനക്ക് വേണ്ട.

എനിക്ക് പരിധികളുണ്ട്, പരിമിതികളും.

നീ കുറേക്കൂടി യാഥാർത്ഥ്യങ്ങളെ തിരിച്ചറിയാൻ പഠിക്കേണ്ട തുണ്ട്.

കാവ്യഭാവനകൾ ആസ്വാദനത്തിന് മാത്രമാണെന്ന് നീ ഓർക്കണം.

മരുഭൂമികളിൽ വസന്തം വിരിയുന്നതും;

മഞ്ഞുകട്ടകളിൽ അഗ്നി ജ്വലിക്കുന്നതും;

സമുദ്രം വറ്റി കാനനങ്ങളാകുന്നതും,

മരിച്ചവർ ജീവനോടെ തിരിച്ചെത്തുന്നതും...

യാഥാർത്ഥ്യങ്ങളിൽ നിന്നും എത്ര അകലെയാണ്?!!

ബുദ്ധി മരവിക്കുന്നിടത്താകണം ചിലരുടെ പ്രണയം ജനിക്കു ന്നത്!

എന്നിൽനിന്ന് അത്ഭുതങ്ങൾ പ്രതീക്ഷിക്കുന്നത് അർത്ഥശൂന്യ മാണ്.

എനിക്കാകട്ടെ, നിനക്കായി ചിലവഴിക്കാൻ ഏറെ സമയമില്ല, നൽകാൻ വാഗ്ദാനങ്ങളും.

പുതുമകൾ അനുഭൂതികൾക്കു നിദാനമാകാറുണ്ട്.

ഒത്തിരി ആഗ്രഹിച്ചവ നേടിയെടുക്കുമ്പോൾ ഉണ്ടാകുന്ന അനു ഭൂതികൾ.

അനുഭൂതികളാകട്ടെ ചിരപരിചയം കൊണ്ട്, കാലപ്പഴക്കം കൊണ്ട്, അവയ്ക്കുള്ളിലെ ഭാരിച്ച ചുമതലകൾ കൊണ്ട്, നിവൃത്തികേടു കൾ കൊണ്ട്,

ക്രമേണ അലിഞ്ഞില്ലാതാകും.

നിർവികാരതയോ, മടുപ്പോ ഉടലെടുക്കും.

അപ്പോഴും മറ്റു പലരും

പുതുമകൾ തേടി ഇതേ പാതകളിൽ പ്രയാണം തുടങ്ങുന്നത് കാണാം.

നാം പുച്ഛത്തോടെ അവരെ നോക്കും.

പക്ഷേ അപ്പോഴും; നാം പുതുമയന്വേഷിച്ച് അന്യർ സഞ്ചരിച്ച വഴികളിലൂടെ യാത്ര തുടരുകയാകും.

എന്നിൽ സ്വയം തൃപ്തരല്ലാത്തിടത്തോളം കാലം, നാം അപരന്റെ കാൽപ്പാടുകൾ പിന്തുടർന്നുകൊണ്ടേയിരിക്കും.

21. Where should I go

Between these lines of words
and freedom—
kisses filled with pleasure,
and tears,
crying out for happiness.

The wisdom
of just being there—
desperate to die,
bored, and haunted.

Can I whisper aloud
names of good and evil?
It may make you angry,
depressed.

Let me cry for you,
and let there be tears…
for someone
who was,
or has died.

മറുമൊഴികൾ...

അഹം

ഞാൻ നിനക്കുവേണ്ടി കണ്ണീരൊഴുക്കട്ടെ!

ഈ കണ്ണീർ നിനക്കുവേണ്ടി മാത്രമല്ല, ഈയിടെ മരിച്ച ആർക്കോ വേണ്ടി കൂടിയാണ്.

മറ്റൊന്നും എനിക്കിനി ചെയ്യാനാവില്ല എന്ന്, നിനക്കറിയാമല്ലോ.

ഞാൻ നന്മതിന്മകളെക്കുറിച്ച് വാചാലനായാൽ അത് നിന്നെ വിഷാദയും കോപാകുലയുമാക്കും.

സന്തോഷത്തിനും ആഹ്ലാദത്തിനും വേണ്ടി ഞാൻ ആഴമായി അപേക്ഷിച്ചാലും, വികാരവിവശനായി ചുംബനത്തിനായി ദാഹി ച്ചാലും,

അത് അവസാനിക്കുക അശ്രുകണങ്ങളിലാണ്.

നഷ്ട ചിന്തയിലാണ്.

സ്വതന്ത്രനാകാനാണ് ഞാനും ആഗ്രഹിക്കുന്നത്.

എവിടെയാണ് സ്വാതന്ത്ര്യം എന്ന് എനിക്ക് ഇനിയും അറിഞ്ഞു കൂട.

വാക്കുകളിൽ കണ്ടെത്താമോ?

ആഹ്ലാദത്തിൽ?

കണ്ണീരിൽ?

ത്യാഗങ്ങളിൽ?

(എങ്കിൽ ഞാൻ ആദ്യം നിന്നെ ഉപേക്ഷിക്കും!)

ഭാവിയെകുറിച്ചുള്ള സുന്ദരമായ സ്വപ്നങ്ങളിൽ?

ആഴമേറിയ അറിവുണ്ടെങ്കിൽ
മിതമായ വാക്കുകളിലും ചെറിയ കാര്യങ്ങളിലും ഉദാത്തമായവ
കണ്ടെത്താം എന്ന് പറയുന്നു
ശരിയാണോ?
എനിക്കറിഞ്ഞുകൂടാ.
അഹം വെടിഞ്ഞാൽ സ്വാതന്ത്ര്യമായി എന്നു പറയുന്നു;
നിങ്ങൾക്ക് എന്തു തോന്നുന്നു?

22. Happy Mother's Day

In spring's breeze, in autumn's rain,
In summer's shade, in winter's warmth,
We grow with her love; she gives us life.
Her gifts are free, her care endlessly.

Her rivers flow, her warmth provides,
Yet we forget her pain and suffering.
The seas are choked, the skies grow warm,
The soil turns dry—What do we wait for?

I miss the nature's scents that life once gave,
Now dust and smog fill my lungs and soul.
Her cries grow loud, her wounds are clear,
It's time to hold her near and care.

Let's buy a card, made from a tree chopped,
Let's pen it with a wish, where the thought
never stopped:
"Happy Mother's Day", with an Insta share,
To my mom and to Mother Earth,
with emojis to spare.

Rony Kattukaran Antony

HAPPY
EARTH DAY   ...

Spreading everyday with
awesomeness
#happymothersday
6,000 likes

പ്രകൃതി

പ്രചാരണം പ്രധാനമാണ്. അവ പ്രശസ്തി കൊണ്ടുവരുമെന്ന തിൽ തർക്കമില്ല.

രീതികളിൽ വ്യത്യസ്തത ഉണ്ടെങ്കിലേ കൂടുതൽ ശ്രദ്ധിക്കപ്പെടൂ.

ഇനി, അവസാനമെങ്കിലും ഇതിനെക്കുറിച്ച് പറയാതെങ്ങനെ?

അതെ, 'മടിത്തട്ടിനെ' കുറിച്ച് തന്നെ!

അമ്മയുടെയും, പ്രകൃതിയുടെയും.

പക്ഷേ, ജീവൻ എടുക്കപ്പെട്ട സസ്യജാലങ്ങളാണ് കടലാസു താളുകൾ എന്ന ആ പല്ലവിതന്നെ ഇനിയും എങ്ങനെ പാടും?

'ഹിംസയെക്കുറിച്ച് മൃഗത്തോലിലെഴുതിയ ലിപികൾക്കാണ് കൂടുതൽ ശ്രദ്ധ കിട്ടുക', എന്നതും പാടി പതിഞ്ഞതല്ലേ?

'സ്ഥിരം ക്ലീഷേ'; എന്ന പ്രയോഗംപോലും മടുത്തിരിക്കുന്നു. പറഞ്ഞില്ലെങ്കിൽ അറിവില്ലെന്ന് ധരിച്ചാലോ?

വിവേകത്തേക്കാൾ ഏറെ വികാരത്തെ മാനിക്കുന്നവരല്ലേ നാം!

പറയുന്നവർ ഏറെയുണ്ടെന്ന് അറിയാം; പ്രവർത്തിക്കുന്നവരാണ് വിരളമെന്നും.

'പ്രവർത്തിക്കുന്നവർ പ്രശസ്തി ലക്ഷ്യമാക്കുന്നുണ്ടോ?, എന്ന സംശയവും എത്ര കേട്ടിരിക്കുന്നു.

വിഷപ്പുകയാൽ ഊർദ്ധൻ വലിക്കുന്ന പൈതൽ എന്തായിരിക്കും ചിന്തിക്കുക? ഒന്ന് മാത്രം ആവർത്തിച്ച് നിർത്തിയേക്കാം.

പ്രകൃതിയിൽ മനുഷ്യൻ ഒരു അത്യന്താപേക്ഷിതഘടകമല്ല.

എന്നാൽ മനുഷ്യന് പ്രകൃതി അങ്ങനെയാണ് താനും;

അമ്മയില്ലാതെ നാമില്ലാത്തതുപോലെ.

ഷാജു ഫ്രാൻസിസ്

ഒരു വാക്ക്

ഇത് കടപ്പാടിന്റെ വരികളാണ്.

ഈ ഒരു പുസ്തകത്തിന്റെ സാക്ഷാത്കാരത്തിന് കൂടെനിന്ന വരോടുള്ള കൃതജ്ഞതയുടെ വാക്കുകൾ.

സഹോദരതുല്യസ്നേഹത്തോടെ കൂടെനിന്നതിനും ചേർത്ത് പിടിച്ചതിനും കടപ്പെട്ടിരിക്കുന്നത് 'പുസ്തകലോകത്തിന്റെ' സ്വന്തം 'നൗഷാദിനോട്' ആണ്. പുസ്തകവില്പനക്കാരൻ എന്ന് സ്വയം ലാളിത്യത്തോടെ വിശേഷിപ്പിച്ച് ഒത്തിരിപേർക്ക് വാക്കു കളുടെയും, വരികളുടെയും, അക്ഷരങ്ങളുടെയും ലോകത്തേ ക്കുള്ള വാതായനങ്ങൾ തുറന്നുകൊടുത്തുകൊണ്ടിരിക്കുന്ന നൗഷാദിനോടുള്ള കടപ്പാട് വാക്കുകളിൽ മാത്രം ഒതുങ്ങുന്നതല്ല.

ഭാവിയിലെ പ്രശസ്ത കവയത്രി ആകുമെന്ന് ഞാൻ വിശ്വസി ക്കുന്ന 'രേഷ്മ അക്ഷരി'യുടെ കരുതലിന്റെ ഊഷ്മളതയും അനുഭവിക്കുവാൻ ഭാഗ്യമുണ്ടായി.

സ്വന്തം അനുജനെപോലെ കൂടെനിന്ന് ഓഡിയോ യാഥാർത്ഥ്യ മാക്കിത്തന്ന നിഷാന്ത് കാണി,

പിന്തുണച്ച സഹകരിച്ച വീട്ടുകാർ, മിത്രങ്ങൾ, ആത്മ പബ്ലിക്കേ ഷന്റെ 'ക്ഷമയുള്ള' സ്റ്റാഫംഗങ്ങൾ... എന്നിങ്ങനെ ഓർമ്മയിൽ തെളിയുന്ന മുഖങ്ങൾ അനവധിയാണ്.

ഏവർക്കും ഒറ്റവാക്കിൽ...
നന്ദി.
ഷാജു ഫ്രാൻസിസ്